Impressum
Verlag: BABADADA GmbH, Nedderfeld 112 , 22529 Hamburg
Geschäftsführer / Verlagsleitung: Harald Hof
Druck: Books on Demand GmbH, In de Tarpen 42, 22848 Norderstedt

Imprint
Publisher: BABADADA GmbH, Nedderfeld 112 , 22529 Hamburg, Germany
Managing Director / Publishing direction: Harald Hof
Print: Books on Demand GmbH, In de Tarpen 42, 22848 Norderstedt

# shule
# Schule

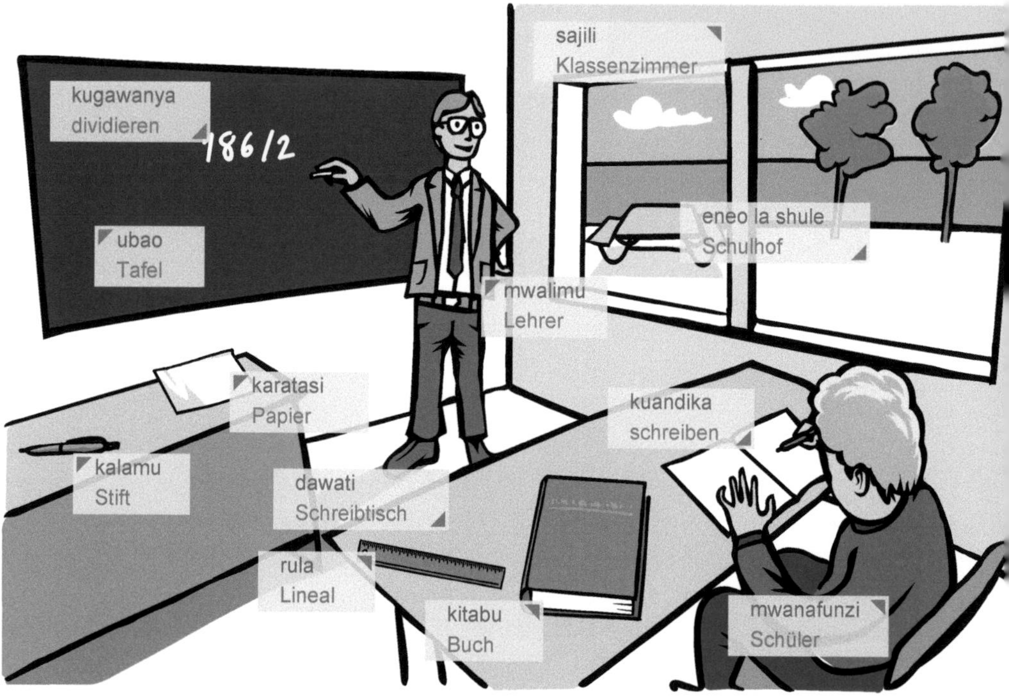

sajili
Klassenzimmer
kugawanya
dividieren
186/2
ubao
Tafel
eneo la shule
Schulhof
mwalimu
Lehrer
karatasi
Papier
kuandika
schreiben
kalamu
Stift
dawati
Schreibtisch
rula
Lineal
kitabu
Buch
mwanafunzi
Schüler


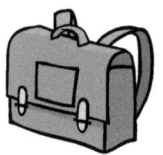

mkoba

Ranzen

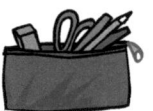

kikasha cha penseli

Federmappe

penseli

Bleistift

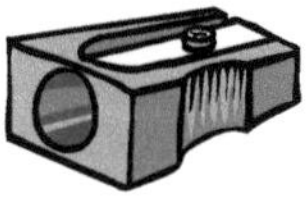

kichonga penseli

Bleistiftanspitzer

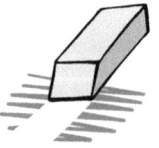

mpira

Radiergummi

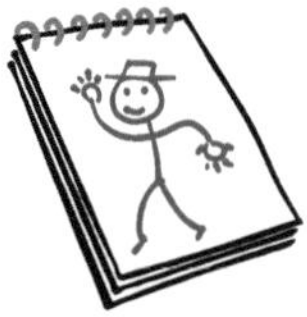

pedi ya kuchora

Zeichenblock

uchoraji

Zeichnung

brashi ya rangi

Pinsel

sanduku la rangi

Malkasten

mkasi

Schere

gundi

Klebstoff

daftari

Übungsheft

kazi ya nyumbani

Hausaufgabe

nambari

Zahl

jumlisha

addieren

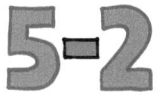

ondoa

subtrahieren

zidisha

multiplizieren

kokotoa

rechnen

barua

Buchstabe

alfabeti

Alphabet

neno

Wort

maandishi

Text

kusoma

lesen

chaki

Kreide

somo

Stunde

sajili

Klassenbuch

uchunguzi

Prüfung

cheti

Zeugnis

sare za shule

Schuluniform

elimu

Ausbildung

elezo

Lexikon

chuo kikuu

Universität

darubini

Mikroskop

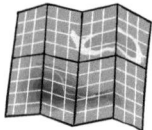

ramani

Karte

kikapu cha kuweka karatasi chafu

Papierkorb

hoteli
Hotel

Grand

hosteli
Herberge

ROOMS

ofisi ya ubadilishanaji
Wechselstube

EXCHANGE

sanduku
Koffer

gari
Auto

lugha

Sprache

ndiyo / la

ja / nein

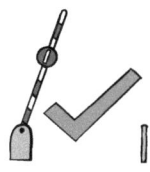

sawa

Okay

hujambo

Hallo

mtafsiri

Übersetzer

Asante

Danke

kiasi gani ni ...?

Was kostet...?

Sielewi

Ich verstehe nicht

tatizo

Problem

Jioni njema!

Guten Abend!

Habari za asubuhi!

Guten Morgen!

Usiku mwema!

Gute Nacht!

kwa heri

Auf Wiedersehen

mwelekeo

Richtung

mizigo

Gepäck

mfuko

Tasche

shanta

Rucksack

mgeni

Gast

chumba

Zimmer

begi la kulalia

Schlafsack

hema

Zelt

taarifa ya utalii

Touristeninformation

ufuo

Strand

kadi

Kreditkarte

kifunguakinywa

Frühstück

chakula cha mchana

Mittagessen

chakula cha jioni

Abendessen

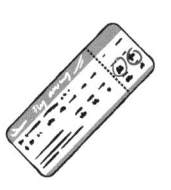

tiketi

Fahrkarte

kuinua

Fahrstuhl

muhuri

Briefmarke

mpaka

Grenze

mila

Zoll

ubalozi

Botschaft

visa

Visum

pasipoti

Pass

# usafiri

# Transport

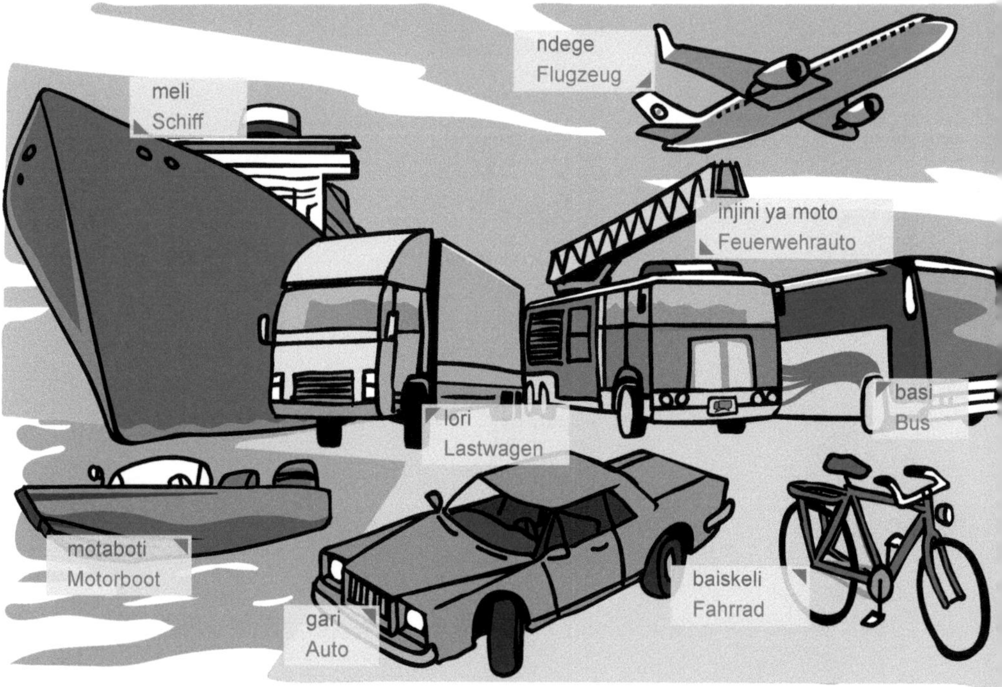

ndege
Flugzeug
meli
Schiff
injini ya moto
Feuerwehrauto
basi
Bus
lori
Lastwagen
motaboti
Motorboot
baiskeli
Fahrrad
gari
Auto


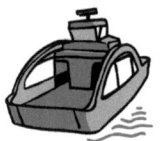

feri

Fähre

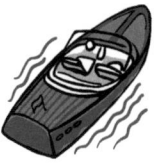

mashua

Boot

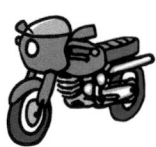

pikipiki

Motorrad

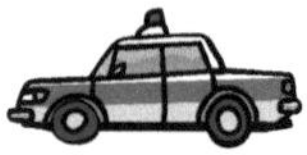

gari la polisi

Polizeiauto

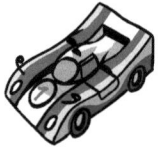

gari la mashindano

Rennauto

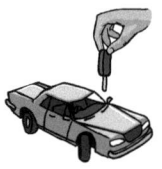

gari la kukodisha

Mietwagen

kushiriki gari

Carsharing

lori la kuvuta

Abschleppwagen

ukusanyaji taka

Müllauto

motor

Motor

mafuta

Kraftstoff

kituo cha mafuta

Tankstelle

ishara trafiki

Verkehrsschild

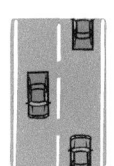

trafiki

Verkehr

msongamano

Stau

maegesho

Parkplatz

kituo cha treni

Bahnhof

reli

Schienen

garimoshi

Zug

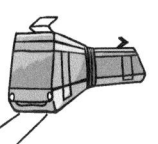

tremu

Straßenbahn

gari la mizigo

Wagon

helikopta

Helikopter

uwanja wa ndege

Flughafen

mnara

Tower

abiria

Passagier

chombo

Container

katoni

Karton

mkokoteni

Karren

kikapu

Korb

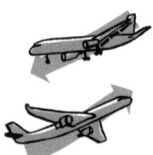

ondoka

starten / landen

## jiji

## Stadt

kijiji

Dorf

katikati ya jiji

Stadtzentrum

nyumba

Haus

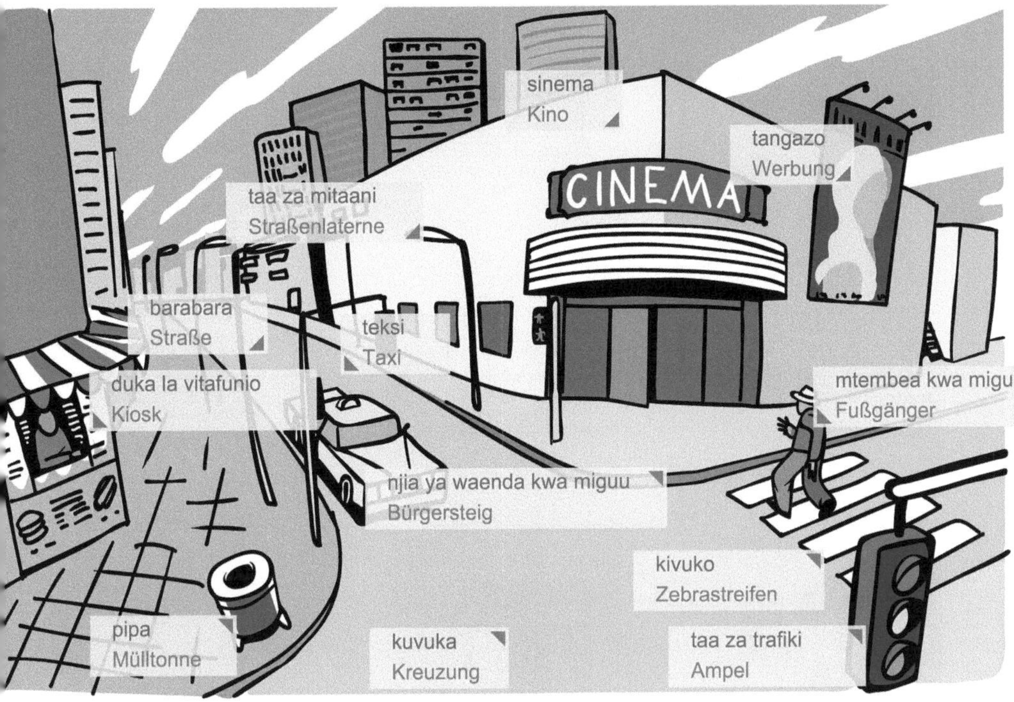

sinema
Kino
tangazo
Werbung
CINEMA
taa za mitaani
Straßenlaterne
barabara
Straße
teksi
Taxi
duka la vitafunio
Kiosk
mtembea kwa miguu
Fußgänger
njia ya waenda kwa miguu
Bürgersteig
kivuko
Zebrastreifen
pipa
Mülltonne
kuvuka
Kreuzung
taa za trafiki
Ampel

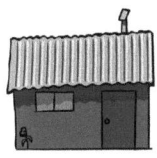

kibanda

Hütte

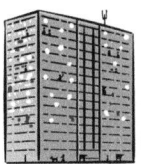

gorofa

Wohnung

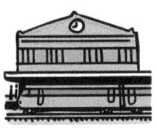

kituo cha treni

Bahnhof

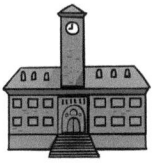

ukumbi wa mji

Rathaus

MUSEUM

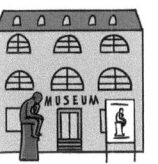

Makavazi

Museum

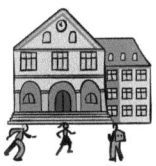

shule

Schule

chuo kikuu

Universität

benki

Bank

hospitali

Krankenhaus

hoteli

Hotel

duka la dawa

Apotheke

ofisi

Büro

duka la kitabu

Buchhandlung

duka

Geschäft

duka la maua

Blumenladen

dukakuu

Supermarkt

soko

Markt

idara ya kuhifadhi

Kaufhaus

mwuza samaki

Fischhändler

kituo cha ununuzi

Einkaufszentrum

bandari

Hafen

Hifadhi

Park

benki

Bank

daraja

Brücke

vidato

Treppe

chini ya ardhi

U-Bahn

handaki

Tunnel

kituo cha mabasi

Bushaltestelle

bar

Bar

mgahawa

Restaurant

sanduku la posta

Briefkasten

ishara ya barabara

Straßenschild

mita ya maegesho

Parkuhr

bustani ya wanyama

Zoo

kidimbwi cha kuogelea

Badeanstalt

msikiti

Moschee

shamba

Bauernhof

uchafuzi

Umweltverschmutzung

makaburini

Friedhof

kanisa

Kirche

uwanja wa michezo

Spielplatz

hekalu

Tempel

# mazingira
# Landschaft

jani
Blatt

ishara ya mwelekeo
Wegweiser

njia
Weg

malisho
Wiese

jiwe
Stein

mtembeaji wa masafa
Wanderer

mti
Baum

mto
Fluss

nyasi
Gras

ua
Blume

bonde

Tal

kilima

Berg

ziwa

See

msitu

Wald

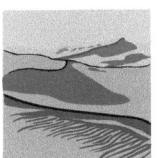

jangwa

Wüste

volkano

Vulkan

ngome

Schloss

upinde wa mvua

Regenbogen

uyoga

Pilz

mtende

Palme

mbu

Moskito

kuruka

Fliege

chungu

Ameise

nyuki

Biene

buibui

Spinne

mende

Käfer

chura

Frosch

kuchakuro

Eichhörnchen

nungunungu

Igel

sungura

Hase

bundi

Eule

ndege

Vogel

swan

Schwan

nguruwe mwitu

Wildschwein

kulungu

Hirsch

aina ya kongoni

Elch

bwawa

Staudamm

tabo ya upepo

Windrad

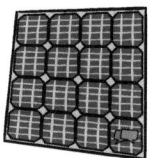

nishaji ya jua

Solarmodul

hali ya hewa

Klima

# mgahawa
# Restaurant

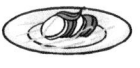

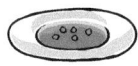

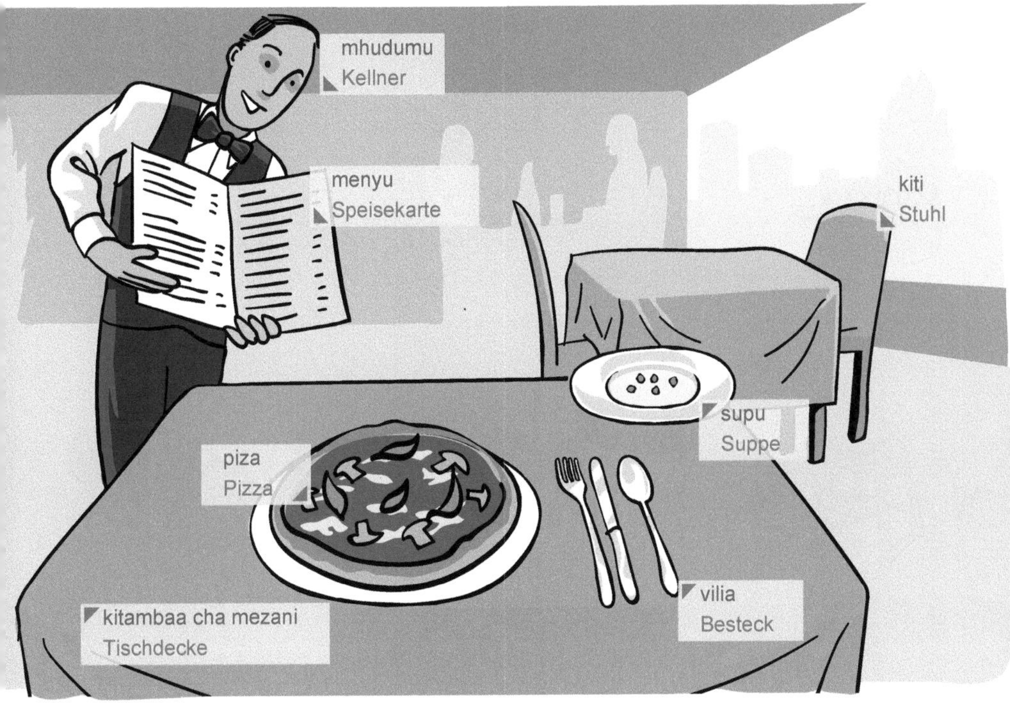

mhudumu
Kellner
menyu
Speisekarte
kiti
Stuhl
supu
Suppe
piza
Pizza
vilia
Besteck
kitambaa cha mezani
Tischdecke


kiamsha hamu
....................
Vorspeise

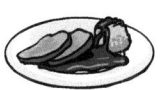

kozi kuu
....................
Hauptgericht

kitindamlo
....................
Nachspeise

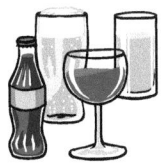

vinywaji
....................
Getränke

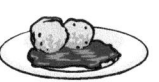

chakula
....................
Essen

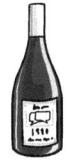

chupa
....................
Flasche

chakula cha haraka

Fastfood

Streetfood

Streetfood

buli

Teekanne

kisanduku cha sukari

Zuckerdose

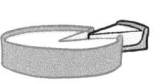

sehemu

Portion

mashine ya espresso

Espressomaschine

kiti kirefu

Hochstuhl

muswada

Rechnung

trei

Tablett

kisu

Messer

uma

Gabel

kijiko

Löffel

kijiko cha chai

Teelöffel

nepi

Serviette

glasi

Glas

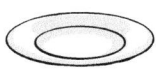

sahani

Teller

sahani ya supu

Suppenteller

sufuria

Untertasse

mchuzi

Sauce

kichanyaji chumvi

Salzstreuer

kinu cha pilipili

Pfeffermühle

siki

Essig

mafuta

Öl

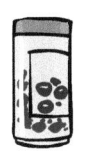

viungo

Gewürze

kechapu

Ketchup

haradali

Senf

kachumbari nzito

Mayonnaise

# dukakuu

# Supermarkt

ofa maalum
Angebot
FOR
mteja
Kunde
maziwa
Milchprodukte
matunda
Obst
toroli
Einkaufswagen

BUTCHERS

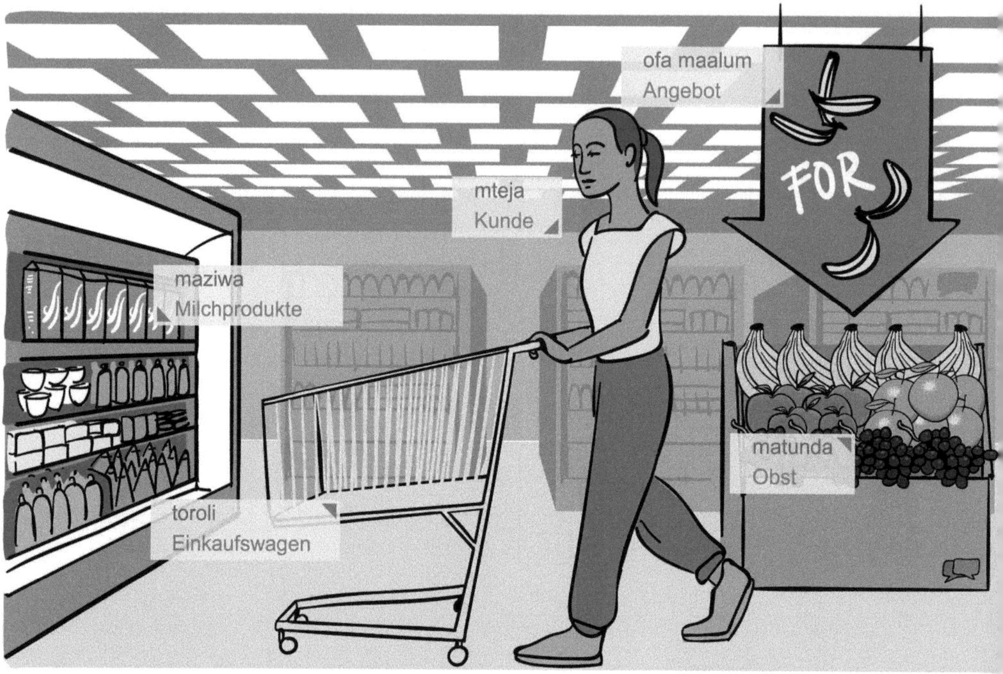

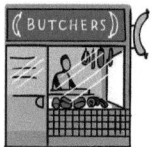

mchinjaji

Schlachterei

BAKERY

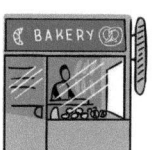

mwokaji

Bäckerei

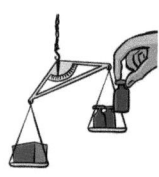

uzito

wiegen

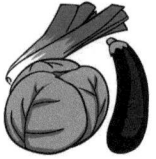

mboga

Gemüse

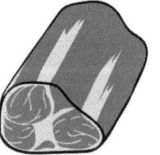

nyama

Fleisch

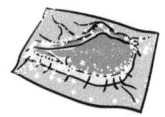

chakula waliohifadhiwa

Tiefkühlkost

pande vya nyama baridi

Aufschnitt

chakula cha kopo

Konserven

sabuni ya unga

Waschmittel

pipi

Süßigkeiten

bidhaa za kaya

Haushaltsartikel

bidhaa za kusafisha

Reinigungsmittel

mtu mauzo

Verkäuferin

mpaka

Kasse

keshia

Kassierer

orodha ya manunuzi

Einkaufsliste

masaa ya ufunguzi

Öffnungszeiten

mkoba

Brieftasche

kadi

Kreditkarte

mfuko

Tasche

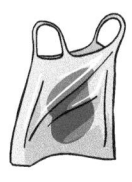

mfuko wa plastiki

Plastiktüte

maji

Wasser

sharubati

Saft

maziwa

Milch

coke

Cola

mvinyo

Wein

bia

Bier

pombe

Alkohol

kakao

Kakao

chai

Tee

kahawa

Kaffee

spreso

Espresso

kapuchino

Cappuccino

ndizi

Banane

tufaha

Apfel

machungwa

Orange

tikiti

Melone

lemon

Zitrone

karoti

Karotte

kitunguu saumu

Knoblauch

mianzi

Bambus

kitunguu

Zwiebel

uyoga

Pilz

karanga

Nüsse

nudo

Nudeln

spageti
Spaghetti

mpunga
Reis

saladi
Salat

vibanzi
Pommes frites

viazi vya kukaanga
Bratkartoffeln

piza
Pizza

hambaga
Hamburger

sandwichi
Sandwich

kipande
Schnitzel

paja la mnyama
Schinken

salami
Salami

soseji
Wurst

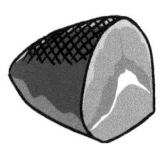

kuku
Huhn

choma
Braten

samaki
Fisch

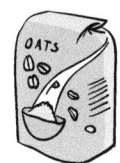

oats ya uji

Haferflocken

muesli

Müsli

cornflakes

Cornflakes

unga

Mehl

kroisanti

Croissant

andazi

Brötchen

mkate

Brot

mkate wa kubanika

Toast

biskuti

Kekse

siagi

Butter

maziwa mgando

Quark

keki

Kuchen

yai

Ei

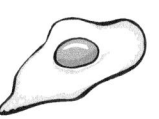

yai kukaanga

Spiegelei

jibini

Käse

aiskrimu

Eiscreme

sukari

Zucker

asali

Honig

jemu

Marmelade

kuenea kwa chokoleti

Nougat-Creme

mchuzi wa viungo

Curry

# shamba
# Bauernhof

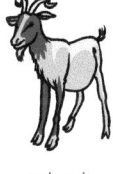

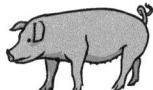

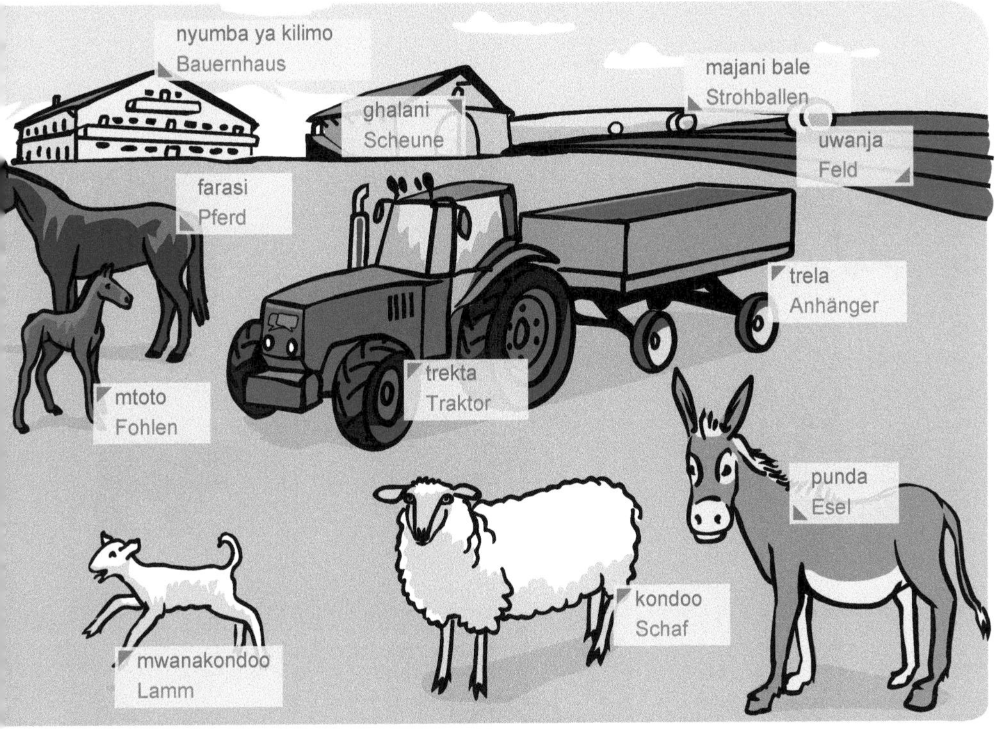
nyumba ya kilimo
Bauernhaus
majani bale
Strohballen
ghalani
Scheune
uwanja
Feld
farasi
Pferd
trela
Anhänger
trekta
Traktor
mtoto
Fohlen
punda
Esel
kondoo
Schaf
mwanakondoo
Lamm

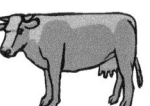

mbuzi

Ziege

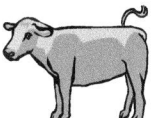

ng'ombe

Kuh

ndama

Kalb

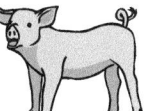

nguruwe

Schwein

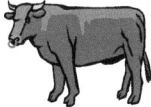

mwananguruwe

Ferkel

fahali

Bulle

batabukini

Gans

bata

Ente

kifaranga

Küken

kuku

Huhn

jogoo

Hahn

panya

Ratte

paka

Katze

panya

Maus

ng'ombe

Ochse

mbwa

Hund

nyumba ya mbwa

Hundehütte

bomba la bustani

Gartenschlauch

debe la kumwagilia maji

Gießkanne

fyekeo

Sense

kulima

Pflug

mundu

Sichel

jembe

Hacke

uma wa nyasi

Mistgabel

shoka

Axt

toroli

Schubkarre

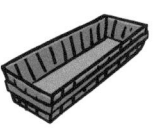

kupitia nyimbo

Trog

chombo cha maziwa

Milchkanne

gunia

Sack

ua

Zaun

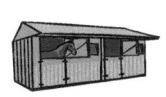

imara

Stall

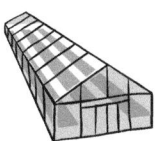

chafu

Treibhaus

udongo

Boden

mbegu

Saat

mbolea

Dünger

kivunaji

Mähdrescher

mavuno

ernten

mavuno

Ernte

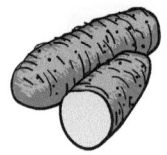

viazi vikuu

Yamswurzel

ngano

Weizen

soya

Soja

viazi

Kartoffel

mahindi

Mais

rapa

Raps

mti wa matunda

Obstbaum

muhogo

Maniok

nafaka

Getreide

# nyumba
# Haus

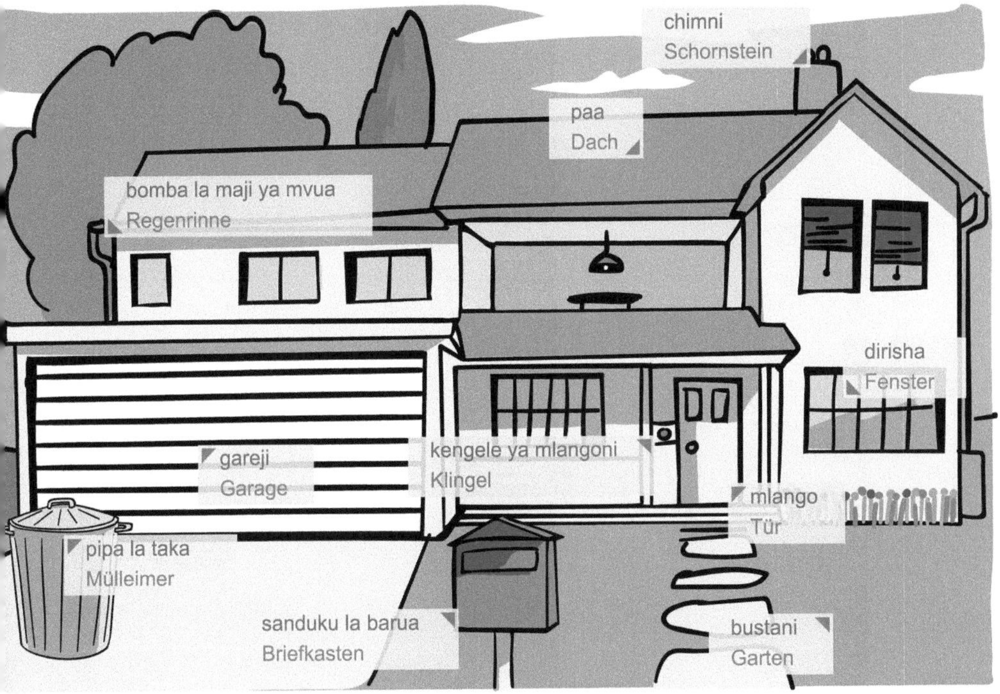
chimni
Schornstein
paa
Dach
bomba la maji ya mvua
Regenrinne
dirisha
Fenster
gareji
Garage
kengele ya mlangoni
Klingel
mlango
Tür
pipa la taka
Mülleimer
sanduku la barua
Briefkasten
bustani
Garten

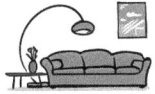

sebuleni

Wohnzimmer

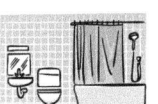

bafu

Badezimmer

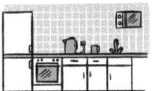

jikoni

Küche

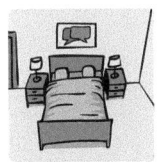

chumba cha kulala

Schlafzimmer

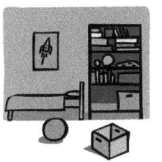

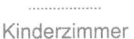

chumba ya mtoto

Kinderzimmer

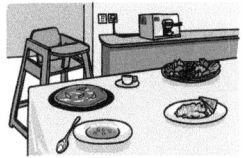

chumba cha kulia

Esszimmer

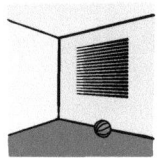

sakafu

Boden

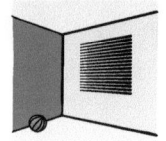

ukuta

Wand

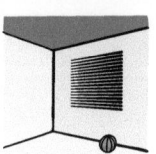

dari

Decke

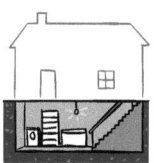

pishi

Keller

sauna

Sauna

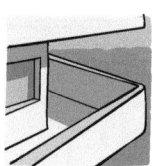

roshani

Balkon

mtaro

Terrasse

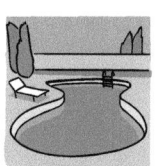

kidimbwi

Schwimmbad

mashine ya kukata nyasi

Rasenmäher

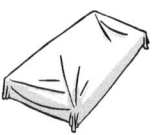

karatasi

Bettbezug

kitambaa cha kupamba
kitanda

Bettdecke

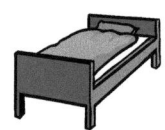

kitanda

Bett

ufagio

Besen

ndoo

Eimer

kubadili

Schalter

# sebuleni
# Wohnzimmer

mandhari
Tapete
picha
Bild
taa
Lampe
rafu
Regal
kabati
Schrank
televisheni/runinga
Fernseher
mekoni
Kamin
ua
Blume
mto
Kissen
sofa
Sofa
chombo cha maua
Vase
kitenzambali
Fernbedienung


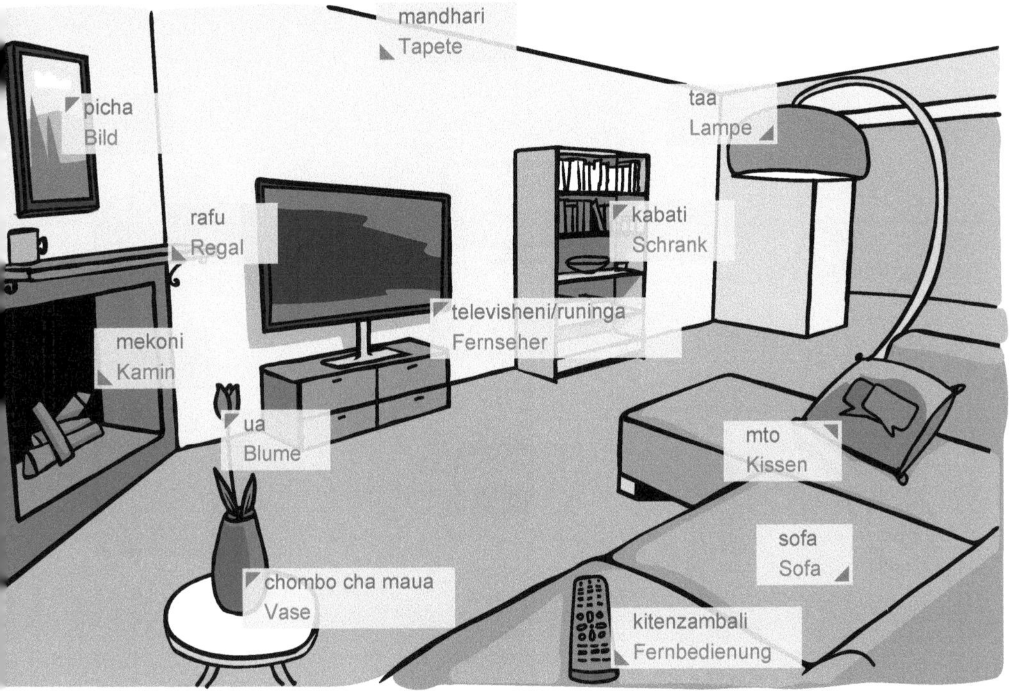

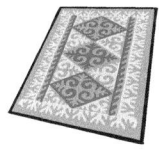

zulia

Teppich

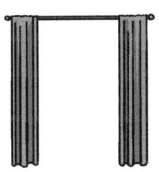

pazia

Vorhang

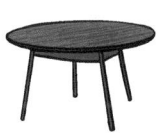

meza

Tisch

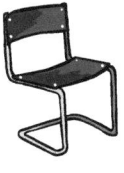

kiti

Stuhl

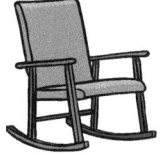

kiti cha bembea

Schaukelstuhl

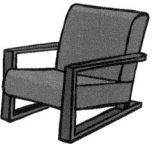

armchair

Sessel

kitabu

Buch

blanketi

Decke

mapambo

Dekoration

kuni

Feuerholz

filamu

Film

kifaa cha hi-fi

Stereoanlage

ufunguo

Schlüssel

gazeti

Zeitung

uchoraji

Gemälde

bango

Poster

redio

Radio

daftari

Notizblock

kifyonza

Staubsauger

dungusi kakati

Kaktus

mshumaa

Kerze

# jikoni
# Küche

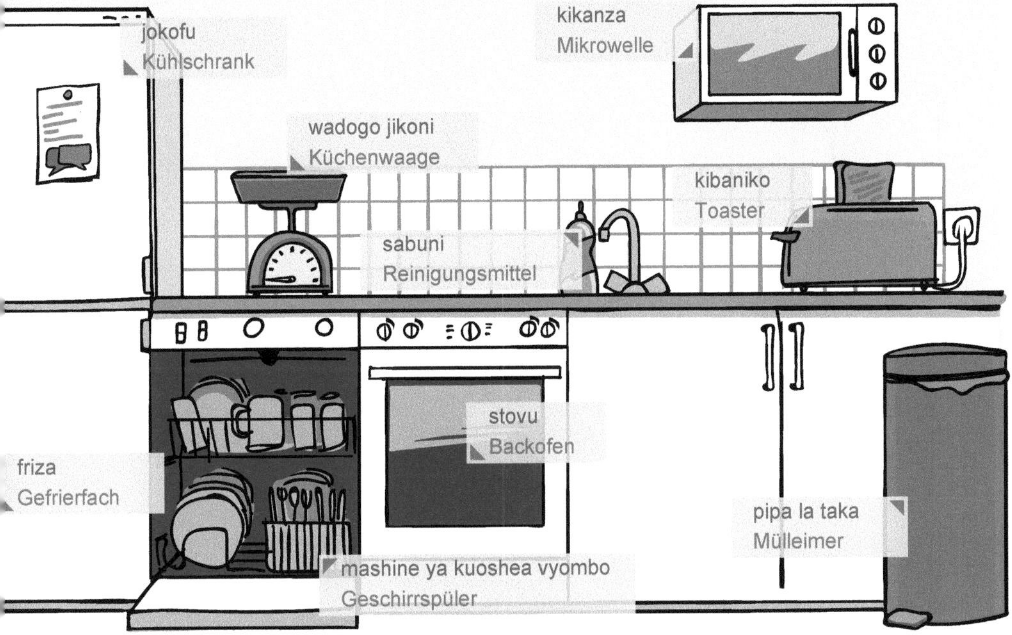
jokofu
Kühlschrank
kikanza
Mikrowelle
wadogo jikoni
Küchenwaage
kibaniko
Toaster
sabuni
Reinigungsmittel
stovu
Backofen
friza
Gefrierfach
pipa la taka
Mülleimer
mashine ya kuoshea vyombo
Geschirrspüler

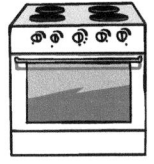

jiko la kupika

Herd

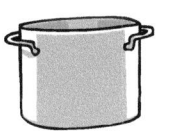

chungu

Topf

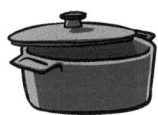

sufuria ya chuma

Eisentopf

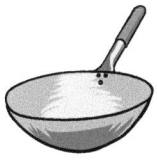

wok / kadai

Wok / Kadai

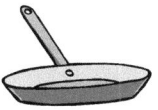

kaango

Pfanne

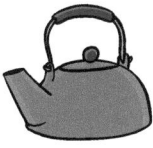

birika

Wasserkocher

stima
Dampfgarer

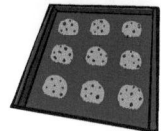

sinia ya kuoka
Backblech

vyombo vya udongo
Geschirr

kombe
Becher

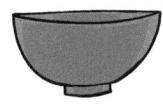

bakuli
Schale

vijiti vya kulia
Essstäbchen

ukawa
Suppenkelle

mwiko mpana
Pfannenwender

burashi
Schneebesen

kichujio
Kochsieb

chujio
Sieb

mbuzi
Reibe

chokaa
Mörser

barbeque
Grill

moto wazi
Feuerstelle

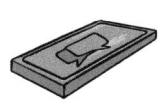

ubao wa majaribio

Schneidebrett

kijiti cha kusukuma unga

Nudelholz

kizibuo

Korkenzieher

kopo

Dose

inaweza kopo

Dosenöffner

kishikio cha chungu

Topflappen

karo

Waschbecken

brashi

Bürste

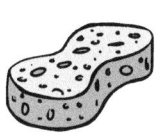

sifongo

Schwamm

kisagaji matunda

Mixer

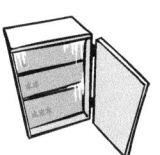

friji ya kina

Gefriertruhe

chupa ya mtoto

Babyflasche

bomba

Wasserhahn

jikoni - Küche

# bafu

## Badezimmer

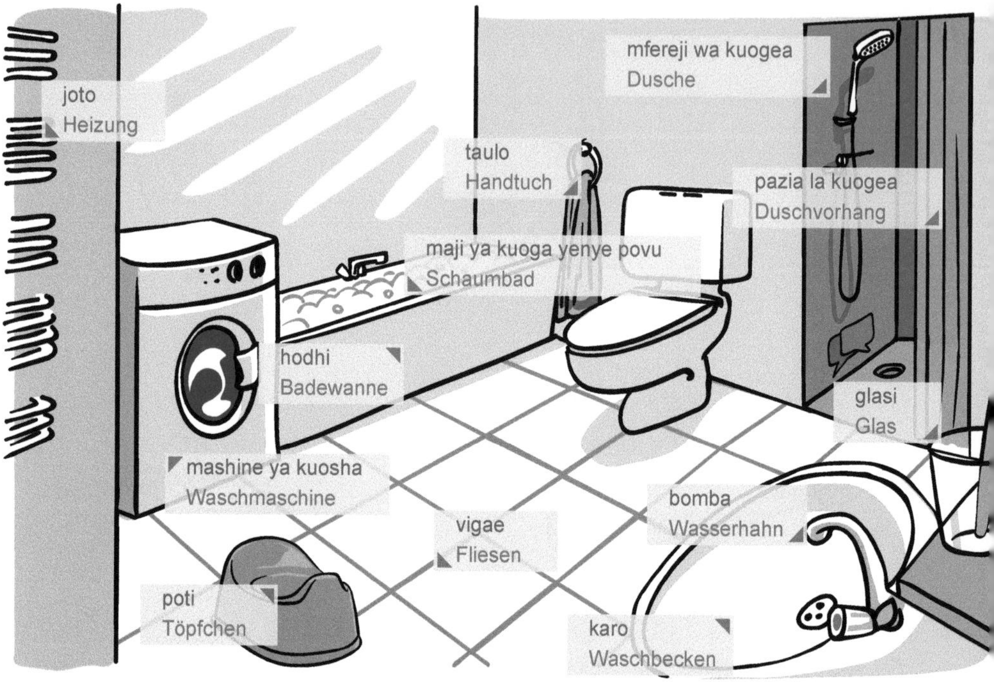
joto
Heizung
mfereji wa kuogea
Dusche
taulo
Handtuch
pazia la kuogea
Duschvorhang
maji ya kuoga yenye povu
Schaumbad
hodhi
Badewanne
glasi
Glas
mashine ya kuosha
Waschmaschine
bomba
Wasserhahn
vigae
Fliesen
poti
Töpfchen
karo
Waschbecken

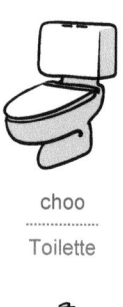

choo

Toilette

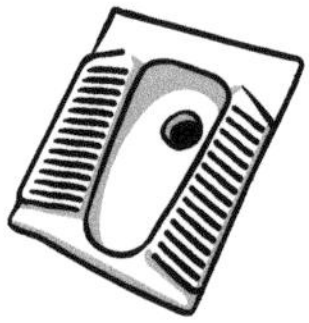

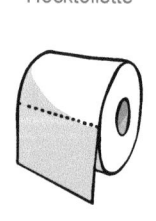

choo cha squat

Hocktoilette

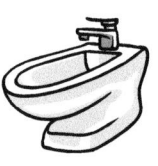

beseni la mviringo

Bidet

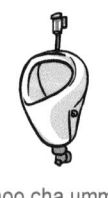

choo cha umma

Pissoir

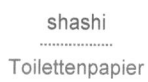

shashi

Toilettenpapier

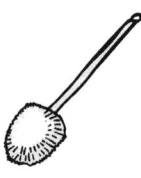

brashi ya choo

Toilettenbürste

mswaki

Zahnbürste

dawa ya meno

Zahnpasta

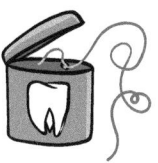

dawa ya meno

Zahnseide

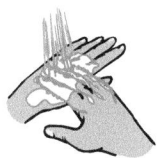

safisha

waschen

kuoga mkono

Handbrause

msukumo wa maji

Intimdusche

bonde

Waschschüssel

mpako wa pili

Rückenbürste

sabuni

Seife

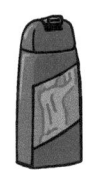

jeli ya kuogea

Duschgel

shampuu

Shampoo

flana

Waschlappen

toa maji

Abfluss

krimu

Creme

kiondoa harufu

Deodorant

kioo

Spiegel

kioo mkono

Kosmetikspiegel

kinyozi

Rasierer

povu la kunyoa

Rasierschaum

baada ya kunyoa

Rasierwasser

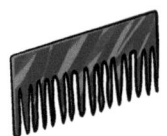

kichana

Kamm

brashi

Bürste

kikausha nywele

Föhn

marashi ya nyewele

Haarspray

vipodozi

Makeup

kidomwa

Lippenstift

varnish ya msumari

Nagellack

pamba

Watte

mkasi wa kucha

Nagelschere

manukato

Parfum

mkoba wa kuosha

Kulturbeutel

kinyesi

Hocker

mizani

Waage

nguo ya kuoga

Bademantel

glavu za mpira

Gummihandschuhe

kisodo

Tampon

sodo

Damenbinde

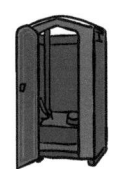

kemikali choo

Chemietoilette

# chumba ya mtoto
# Kinderzimmer

saa ya kengele
Wecker
kidoli cha kupakata
Kuscheltier
gari bandia
Spielzeugauto
kelele
Rassel
chumba cha midoli
Puppenhaus
sasa
Geschenk


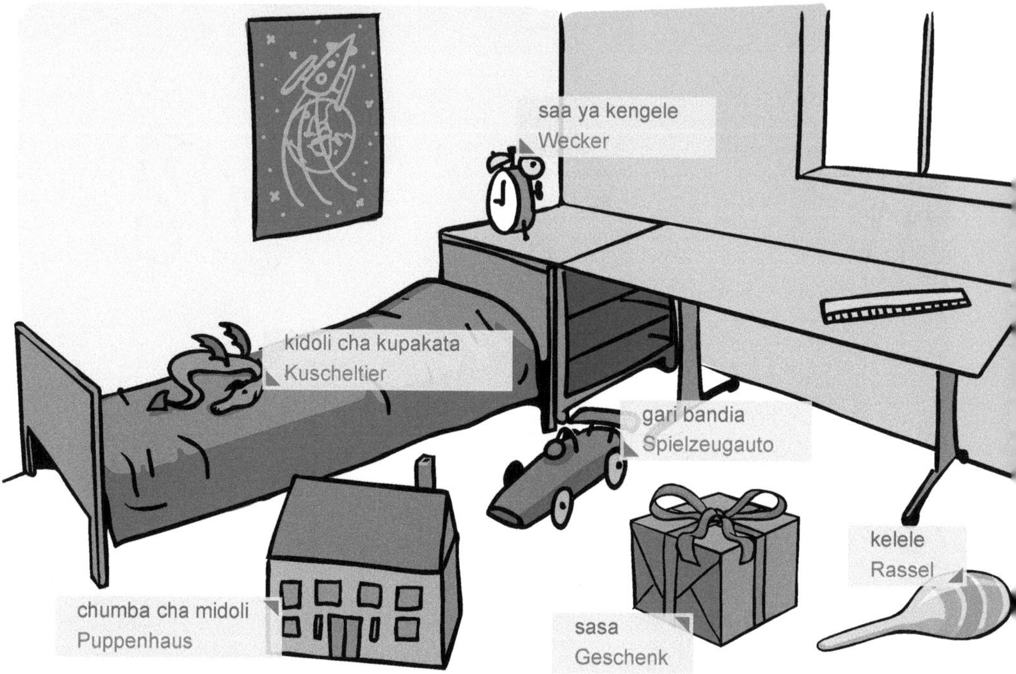

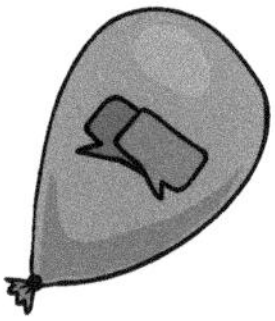

baluni
Ballon

kitanda
Bett

mashua
Kinderwagen

staha ya kadi
Kartenspiel

mchezo-fumb
Puzzle

SUPER MEGA


vichekesho
Comic

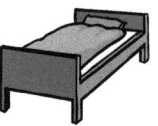

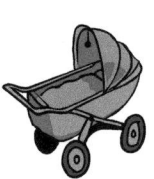

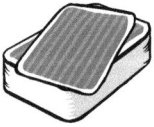

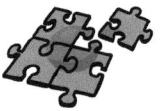

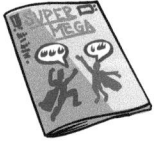

**matofali lego**

Legosteine

**vitalu mwigo**

Bausteine

**hatua takwimu**

Action Figur

**suti ya kulalia**

Strampelanzug

**kisahani**

Frisbee

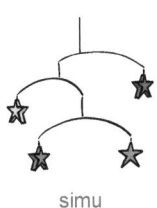

**simu**

Mobile

**ubao wa michezo**

Brettspiel

**kete**

Würfel

**garimoshi mwigo**

Modelleisenbahn

**dummy**

Schnuller

**chama**

Party

**picha kitabu**

Bilderbuch

**mpira**

Ball

**kikaragosi**

Puppe

**kucheza**

spielen

shimo la mchanga

Sandkasten

bembea

Schaukel

vitu bandia

Spielzeug

kiweko cha video ya mchezo

Spielkonsole

baiskeli ya magurudumu

Dreirad

matatu

mwanasesere

Teddy

kabati

Kleiderschrank

# nguo
# Kleidung

soksi

Socken

stokingi

Strümpfe

kibano

Strumpfhose

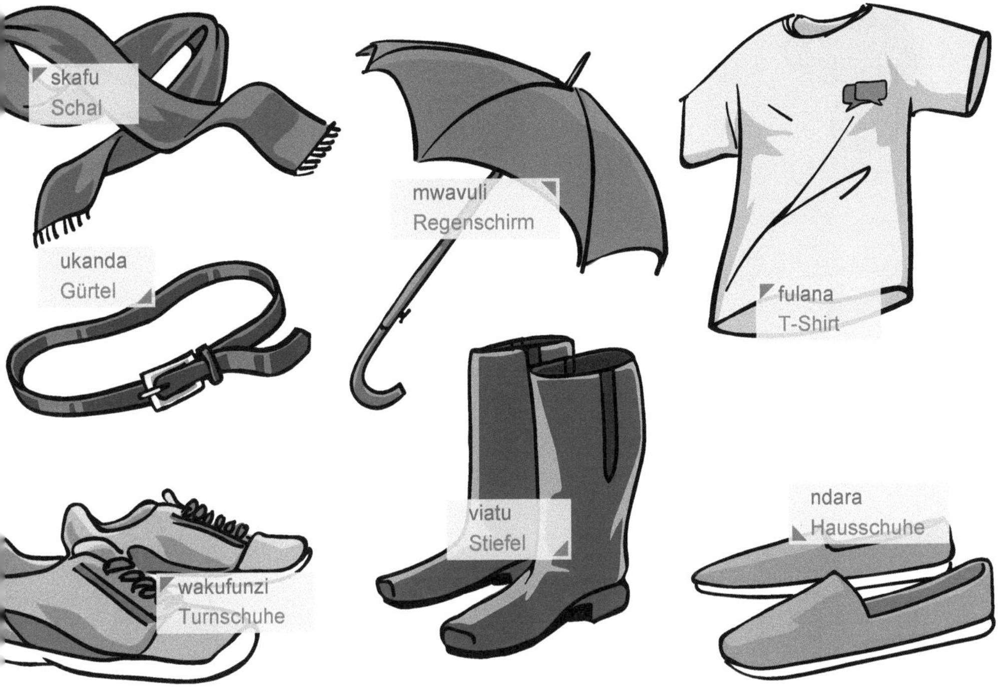

skafu
Schal

mwavuli
Regenschirm

ukanda
Gürtel

fulana
T-Shirt

viatu
Stiefel

ndara
Hausschuhe

wakufunzi
Turnschuhe

malapa
Sandalen

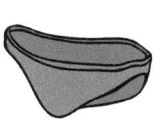

viatu
Schuhe

mabuti ya mpira
Gummistiefel

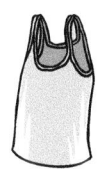

suruali ya ndani
Unterhose

sidiria
Büstenhalter

fulana
Unterhemd

mwili

Body

suruali

Hose

dangirizi

Jeans

sketi

Rock

blauzi

Bluse

shati

Hemd

vuta

Pullover

sweta

Kapuzenpullover

bleza

Blazer

jaketi

Jacke

koti

Mantel

koti la mvua

Regenmantel

maleba

Kostüm

gauni

Kleid

mavazi ya harusi

Hochzeitskleid

suti

Anzug

vazi la usiku

Nachthemd

pajama

Schlafanzug

sari

Sari

skafu

Kopftuch

kilemba

Turban

burka

Burka

kaftan

Kaftan

abaya

Abaya

vazi la kuogelea

Badeanzug

vazi la kiume la kuogelea

Badehose

kaptura

Kurze Hose

teitei

Trainingsanzug

aproni

Schürze

glavu

Handschuhe

kifungo

Knopf

glasi

Brille

bangili

Armband

mkufu

Halskette

pete

Ring

herini

Ohrring

kofia

Mütze

kiango cha koti

Kleiderbügel

kofia

Hut

tai

Krawatte

zipu

Reißverschluss

kofia

Helm

kanda za suruali

Hosenträger

sare za shule

Schuluniform

sare

Uniform

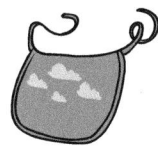

bibu

Lätzchen

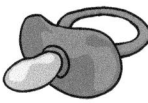

dummy

Schnuller

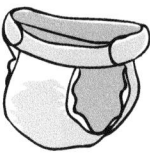

nepi

Windel

# ofisi
# Büro

seva
Server
kabati la kuweka faili
Aktenschrank
kichapishaji
Drucker
karatasi
Papier
kiwambo
Monitor
kipanya
Maus
dawati
Schreibtisch
folda
Ordner
kibodi
Tastatur
cha kuweka karatasi chafu
korb
kiti
Stuhl
kompyuta
Computer

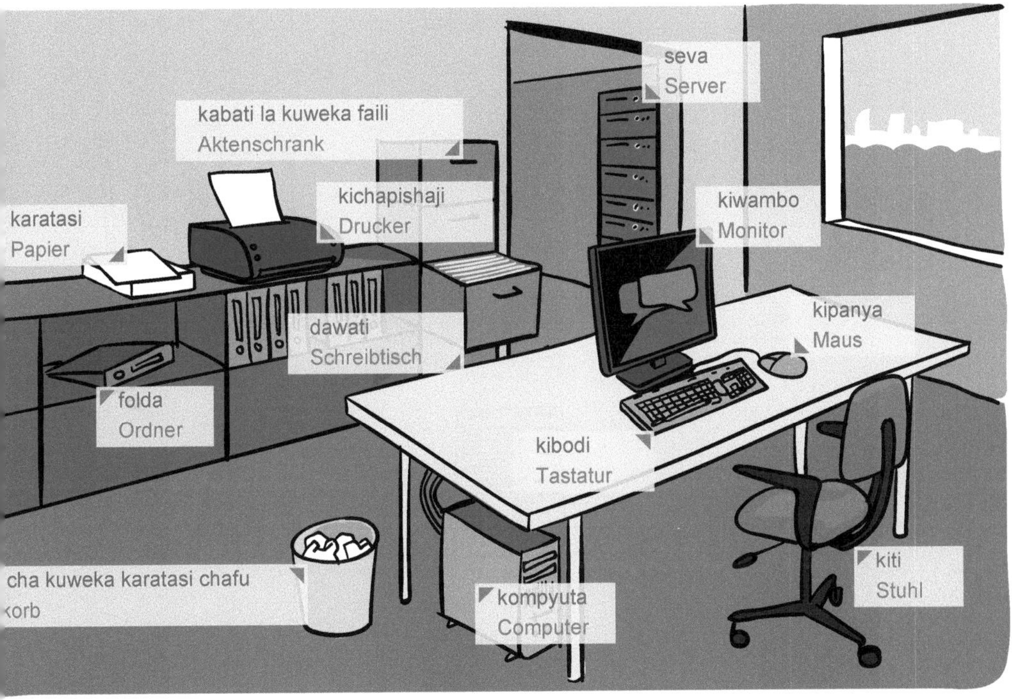

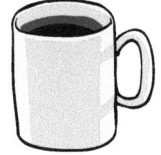

kmobe la kahawa

Kaffeebecher

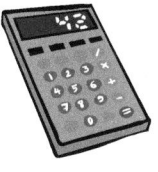

kikokotoo

Taschenrechner

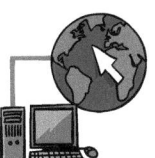

biashara

Internet

mbali

Laptop

barua

Brief

ujumbe

Nachricht

rununu

Handy

intaneti

Netzwerk

fotokopia

Kopierer

programu

Software

simu

Telefon

soketi

Steckdose

kipepesi

Fax

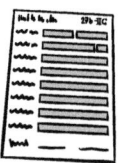

fomu

Formular

hati

Dokument

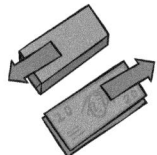

kununua

kaufen

kulipa

bezahlen

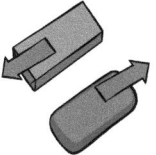

biashara

handeln

fedha

Geld

dola

Dollar

yuro

Euro

yeni

Yen

rouble

Rubel

faranga ya Uswisi

Franken

renminbi yuan

Renminbi Yuan

rupia

Rupie

eneo la kulipia

Geldautomat

ofisi ya ubadilishanaji

Wechselstube

dhahabu

Gold

fedha

Silber

mafuta

Öl

nishati

Energie

bei

Preis

mkataba

Vertrag

kodi

Steuer

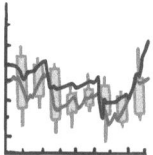

bidhaa

Aktie

kazi

arbeiten

mfanyakazi

Angestellter

mwajiri

Arbeitgeber

kiwanda

Fabrik

duka

Geschäft

uchumi - Wirtschaft

afisa wa polisi
Polizist

mzimamoto
Feuerwehrmann

mpishi
Koch

daktari
Arzt

rubani
Pilot

mtunza bustani

Gärtner

seremala

Tischler

mshonaji

Näherin

hakimu

Richter

mwanakemia

Chemiker

muigizaji

Schauspieler

dereva wa basi

Busfahrer

dereva wa teksi

Taxifahrer

mvuvi

Fischer

mwanamke wa kusafisha

Putzfrau

mwezekaji

Dachdecker

mhudumu

Kellner

mwindaji

Jäger

mchoraji

Maler

mwokaji

Bäcker

umeme

Elektriker

mjenzi

Bauarbeiter

mhandisi

Ingenieur

mchinjaji

Schlachter

fundi bomba

Klempner

mwanaposta

Postbote

kazi - Berufe

mwanajeshi

Soldat

msanifu majengo

Architekt

keshia

Kassierer

muuza maua

Florist

msusi

Friseur

kondakta

Schaffner

mekanika

Mechaniker

nahodha

Kapitän

daktari wa meno

Zahnarzt

mwanasayansi

Wissenschaftler

rabbi

Rabbi

imamu

Imam

mtawa

Mönch

kasisi

Geistlicher

# zana
# Werkzeuge

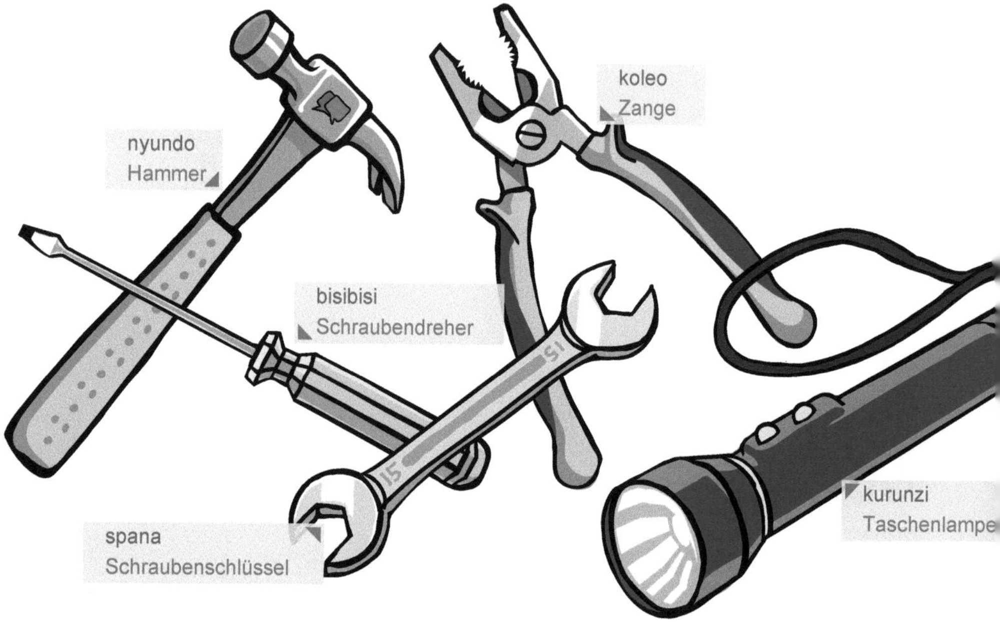
nyundo
Hammer
koleo
Zange
bisibisi
Schraubendreher
spana
Schraubenschlüssel
kurunzi
Taschenlampe

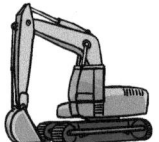

mchimbaji

Bagger

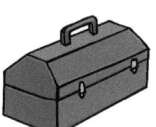

sanduku la vifaa

Werkzeugkasten

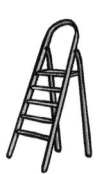

ngazi

Leiter

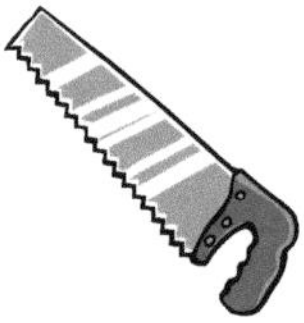

msumeno

Säge

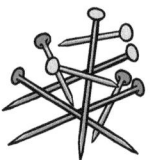

misumari

Nägel

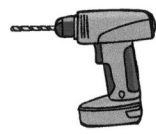

kuchimba visima

Bohrer

kukarabati

reparieren

sepetu

Schaufel

Lo!

Mist!

kishikio cha uchafu

Kehrblech

chungu cha rangi

Farbtopf

skurubu

Schrauben

# ala za muziki
# Musikinstrumente

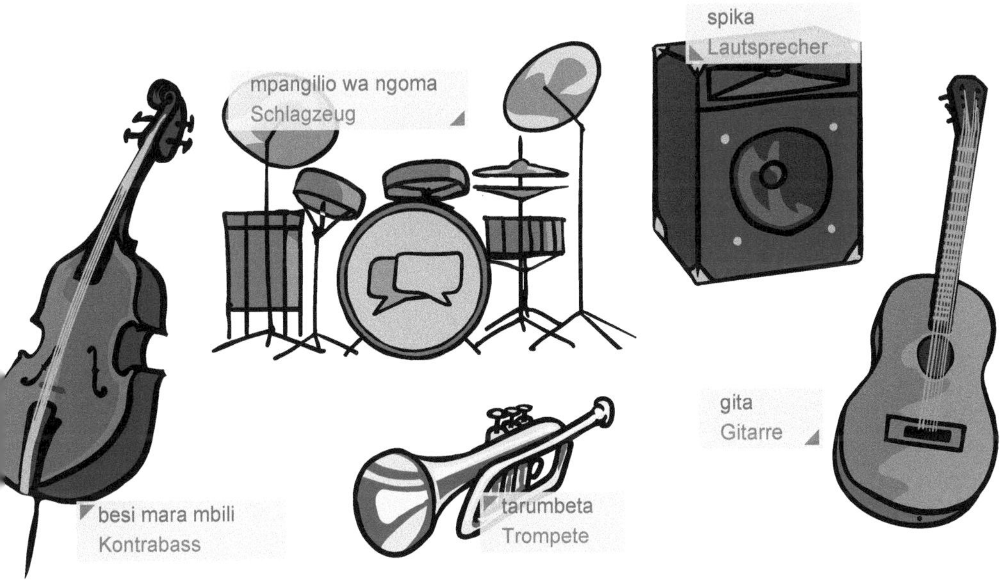

mpangilio wa ngoma
Schlagzeug

spika
Lautsprecher

gita
Gitarre

besi mara mbili
Kontrabass

tarumbeta
Trompete

piano

Klavier

fidla

Violine

ubeji

Bass

timpani

Pauke

ngoma

Trommeln

kibodi

Keyboard

saksafoni

Saxophon

filimbi

Flöte

maikrofoni

Mikrofon

# bustani ya wanyama

# Zoo

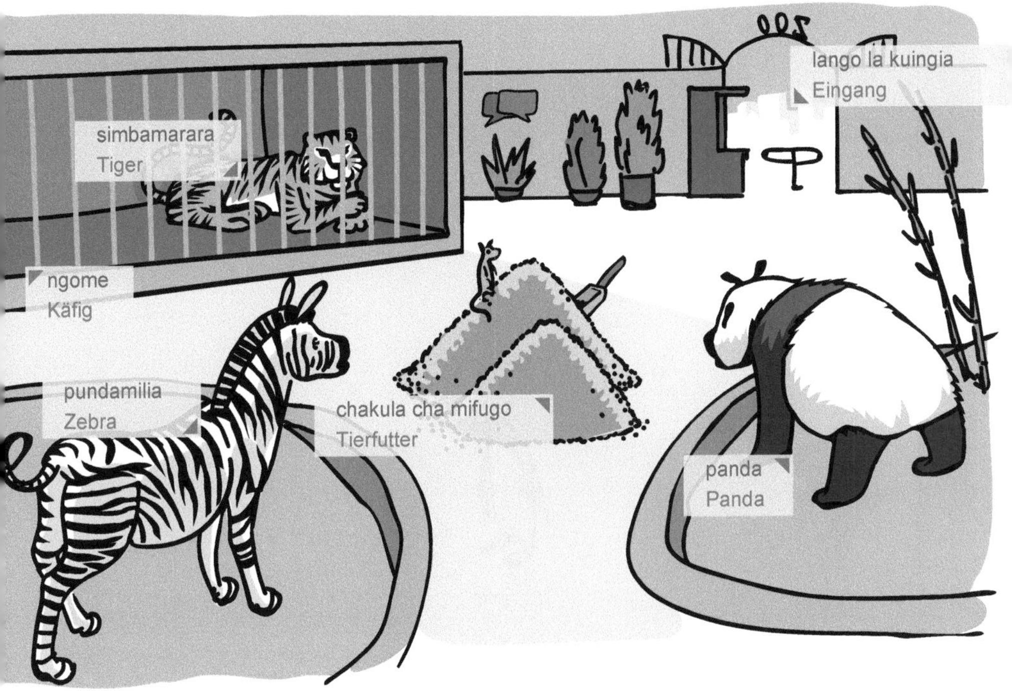
lango la kuingia
Eingang
simbamarara
Tiger
ngome
Käfig
pundamilia
Zebra
chakula cha mifugo
Tierfutter
panda
Panda

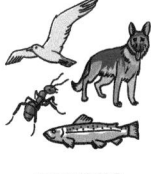

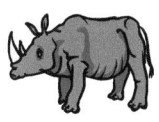

wanyama

Tiere

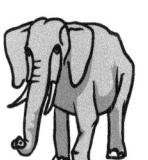

tembo

Elefant

kangaruu

Känguru

kifaru

Nashorn

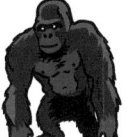

sokwe

Gorilla

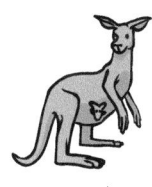

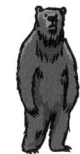

dubu

Bär

ngamia

Kamel

mbuni

Strauß

simba

Löwe

tumbili

Affe

heroe

Flamingo

kasuku

Papagei

dubu

Eisbär

penguini

Pinguin

papa

Hai

tausi

Pfau

nyoka

Schlange

mamba

Krokodil

mtunza wanyama

Zoowärter

muhuri

Robbe

jaguar

Jaguar

mwanafarasi
Pony

chui
Leopard

kiboko
Nilpferd

twiga
Giraffe

tai
Adler

nguruwe mwitu
Wildschwein

samaki
Fisch

kobe
Schildkröte

sili
Walross

mbweha
Fuchs

paa
Gazelle

soka ya marekani
American Football

uendeshaji baiskeli
Radfahren

tenisi
Tennis

mpira wa kikapu
Basketball

kuogelea
Schwimmen

ndondi
Boxen

magongo ya barafuni
Eishockey

soka
Fußball

vinyoya
Badminton

riadha
Leichtathletik

mpira wa mikono
Handball

skii
Skilaufen

polo
Polo

# shughuli
## Aktivitäten

kuruka
springen
kumbatia
umarmen
cheka
lachen
kutembea
gehen
kuimba
singen
ota ndoto
träumen
kuomba
beten
busu
küssen


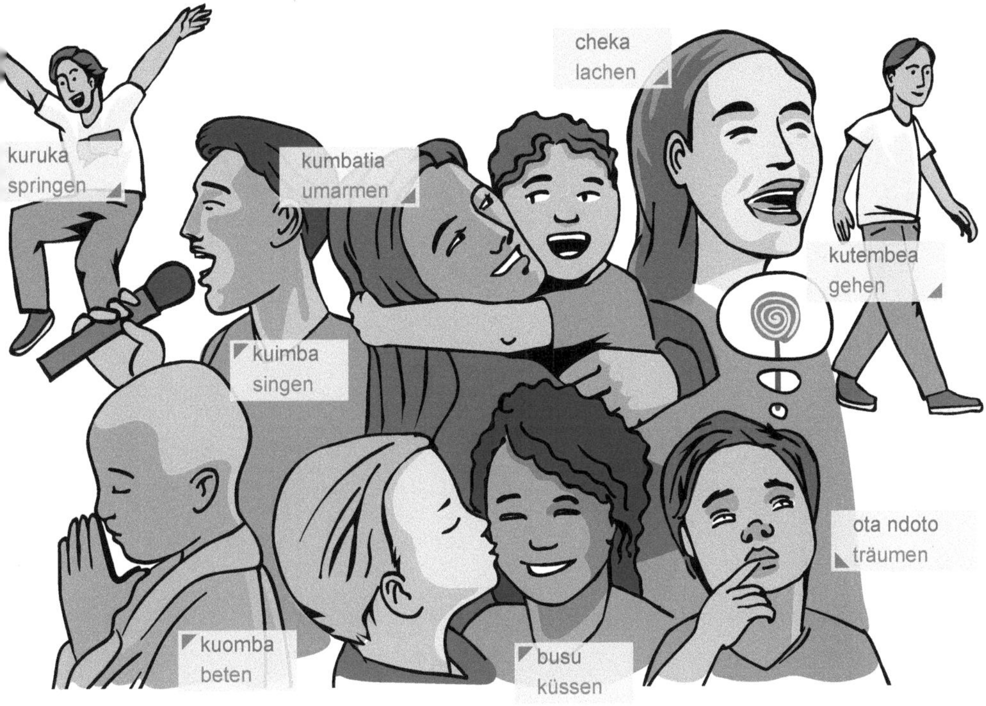

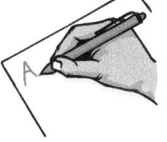

kuandika
schreiben

kuteka
zeichnen

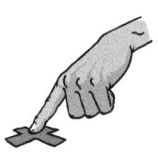

angalia
zeigen

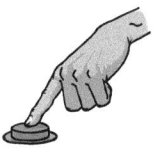

sukuma
drücken

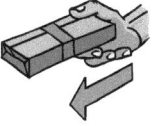

kutoa
geben

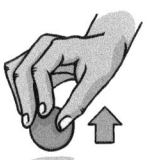

kuchukua
nehmen

**kuwa**

haben

**fanya**

tun

**kuwa**

sein

**kusimama**

stehen

**kukimbia**

laufen

**vuta**

ziehen

**kutupa**

werfen

**kuanguka**

fallen

**hadaa**

liegen

**kusubiri**

warten

**kubeba**

tragen

**kukaa**

sitzen

**vaa nguo**

anziehen

**usingizi**

schlafen

**kuamka**

aufwachen

kuangalia

ansehen

lia

weinen

kiharusi

streicheln

chana nywele

kämmen

ongea

reden

kuelewa

verstehen

kuuliza

fragen

kusikiliza

hören

kunywa

trinken

kula

essen

nadhifisha

aufräumen

upendo

lieben

mpishi

kochen

gari

fahren

kuruka

fliegen

meli

segeln

kokotoa

rechnen

kusoma

lesen

kujifunza

lernen

kazi

arbeiten

kuoa

heiraten

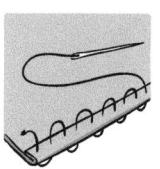

kushona

nähen

piga mswaki

Zähne putzen

kuua

töten

moshi

rauchen

kutuma

senden

shughuli - Aktivitäten

# familia
# Familie

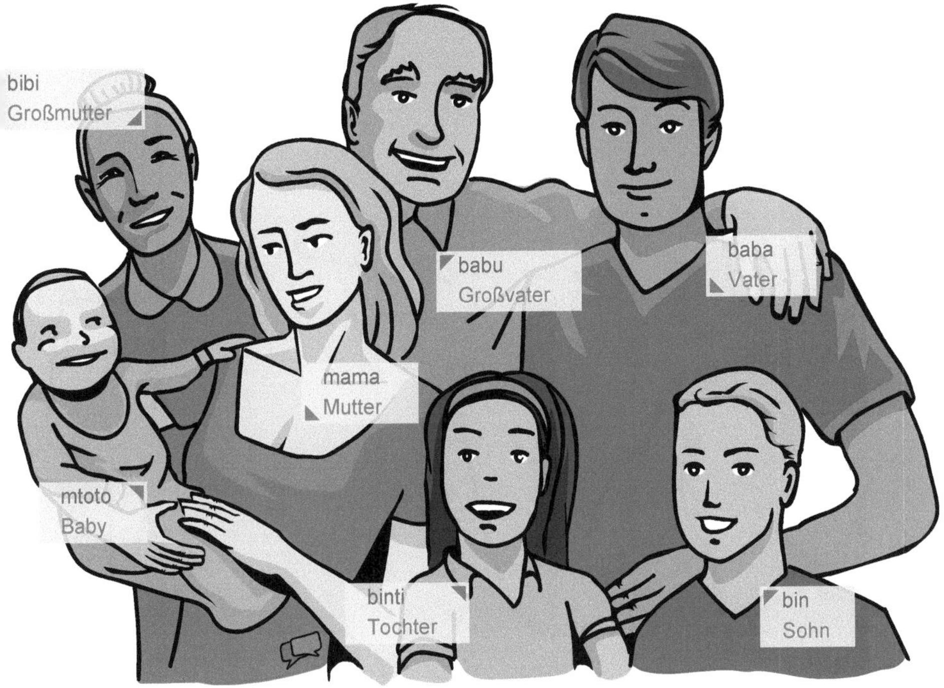
bibi
Großmutter
babu
Großvater
baba
Vater
mama
Mutter
mtoto
Baby
binti
Tochter
bin
Sohn

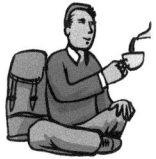

mgeni

Gast

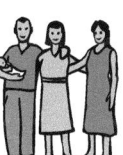

shangazi

Tante

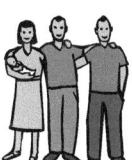

mjomba

Onkel

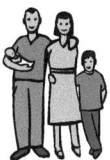

kaka

Bruder

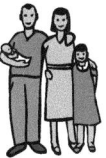

dada

Schwester

# mwili
## Körper

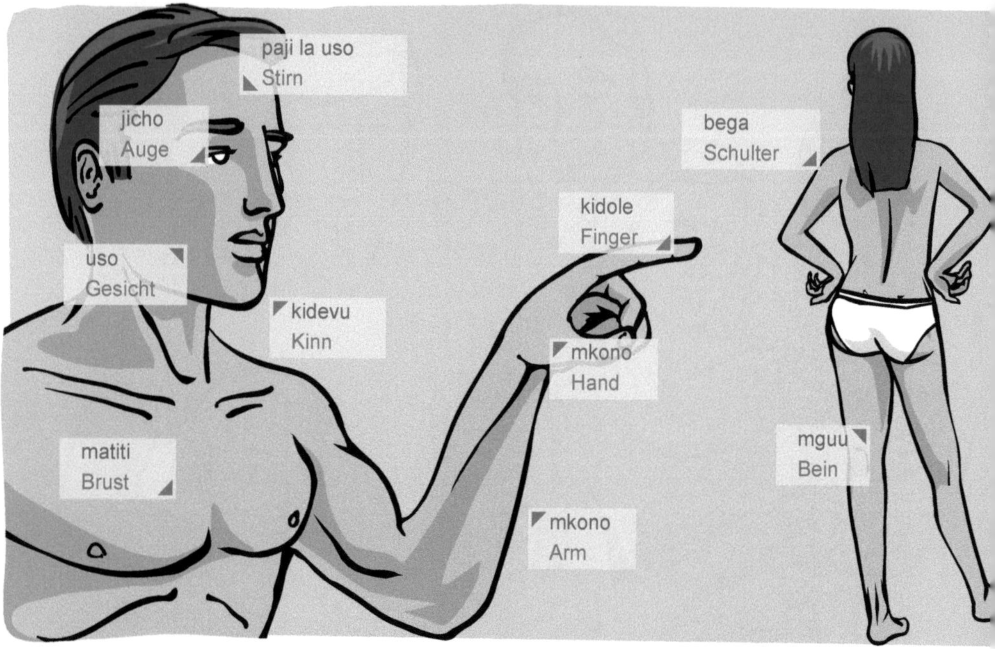

paji la uso
Stirn

jicho
Auge

bega
Schulter

kidole
Finger

uso
Gesicht

kidevu
Kinn

mkono
Hand

matiti
Brust

mguu
Bein

mkono
Arm

mtoto

Baby

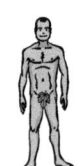

mwanamume

Mann

mwanamke

Frau

msichana

Mädchen

mvulana

Junge

kichwa

Kopf

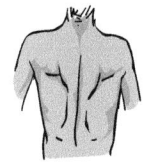

nyuma

Rücken

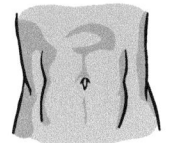

tumbo

Bauch

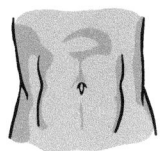

kitovu

Nabel

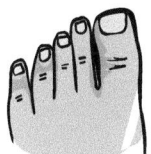

chano

Zeh

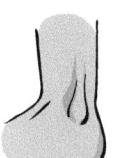

kisigino

Ferse

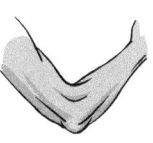

mfupa

Knochen

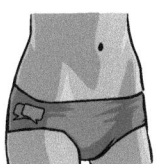

nyonga

Hüfte

goti

Knie

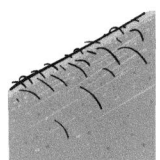

kiwiko

Ellenbogen

pua

Nase

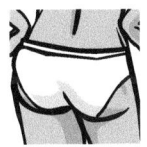

chini

Gesäß

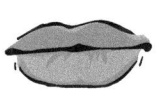

ngozi

Haut

shavu

Wange

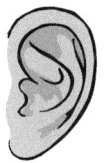

sikio

Ohr

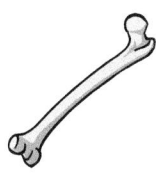

mdomo

Lippe

kinywa
...............
Mund

jino
...............
Zahn

ulimi
...............
Zunge

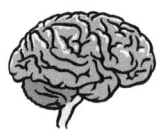

ubongo
...............
Gehirn

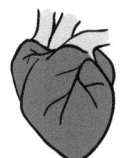

moyo
...............
Herz

misuli
...............
Muskel

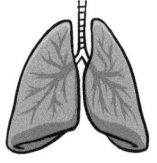

pafu
...............
Lunge

ini
...............
Leber

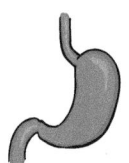

tumbo
...............
Magen

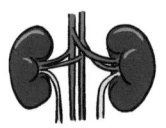

figo
...............
Nieren

jinsia
...............
Geschlechtsverkehr

kondomu
...............
Kondom

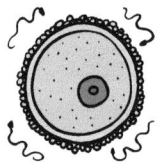

ovari
...............
Eizelle

shahawa
...............
Sperma

mimba
...............
Schwangerschaft

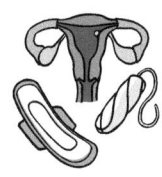

hedhi

Menstruation

uke

Vagina

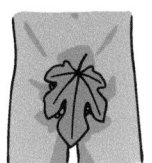

uume

Penis

unyusi

Augenbraue

nywele

Haar

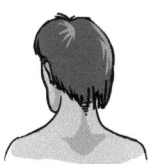

shingo

Hals

# hospitali
# Krankenhaus

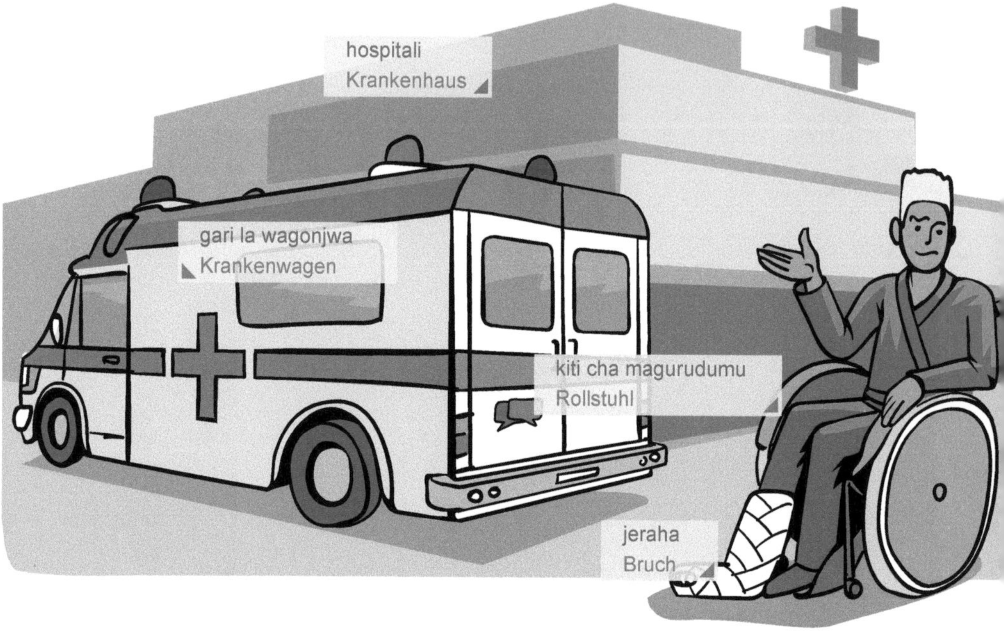

hospitali
Krankenhaus
gari la wagonjwa
Krankenwagen
kiti cha magurudumu
Rollstuhl
jeraha
Bruch

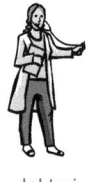

daktari

Arzt

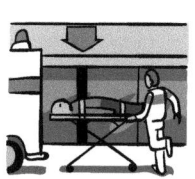

chumba cha dharura

Notaufnahme

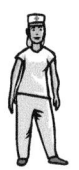

muuguzi

Krankenschwester

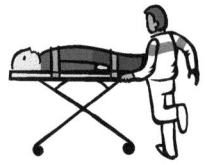

dharura

Notfall

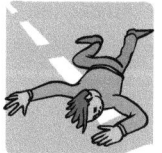

kupoteza fahamu

ohnmächtig

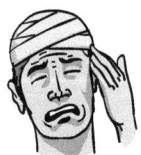

maumivu

Schmerz

kuumia

Verletzung

kutokwa na damu

Blutung

mshtuko wa moyo

Herzinfarkt

kiharusi

Schlaganfall

mzio

Allergie

kikohozi

Husten

homa

Fieber

mafua

Grippe

kuharisha

Durchfall

maumivu ya kichwa

Kopfschmerzen

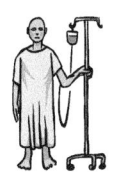

kansa

Krebs

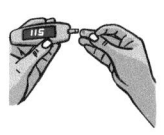

ugonjwa wa kisukari

Diabetis

daktari mpasuaji

Chirurg

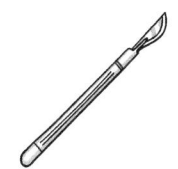

kisu kidogo cha kupasulia

Skalpell

operesheni

Operation

picha changanufu ya mwili

CT

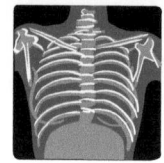

Eksrei

Röntgen

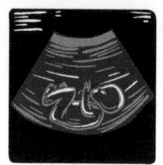

mawimbi sauti

Ultraschall

barakoa ya uso

Maske

ugonjwa

Krankheit

chumba cha kusubiri

Wartezimmer

mkongojo

Krücke

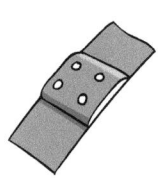

plasta

Pflaster

bendeji

Verband

sindano

Injektion

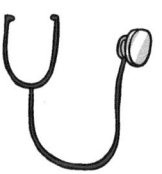

stetoskopu

Stethoskop

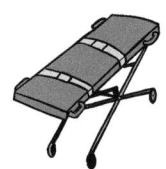

machela

Trage

kipimajoto cha kliniki

Thermometer

kuzaliwa

Geburt

unene kupita kiasi

Übergewicht

hospitali - Krankenhaus

kusikia misaada

Hörgerät

kipukusi

Desinfektionsmittel

maambukizi

Infektion

virusi

Virus

VVU / UKIMWI

HIV / AIDS

dawa

Medizin

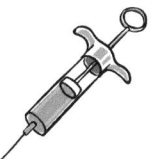

chanjo

Impfung

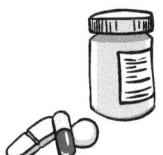

vidonge

Tabletten

kidonge

Pille

simu ya dharura

Notruf

haemodainamometa

Blutdruck-Messgerät

mgonjwa / mwenye afya

krank / gesund

Msaada!

Hilfe!

kengele

Alarm

pigo

Überfall

shambulizi

Angriff

hatari

Gefahr

lango la dharura

Notausgang

Moto!

Feuer!

kizima moto

Feuerlöscher

ajali

Unfall

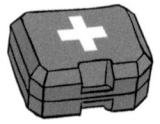

vifaa vya huduma ya
kwanza

Erste-Hilfe-Koffer

wito wa msaada

SOS

polisi

Polizei

Ulaya

Europa

Amerika ya Kaskazini

Nordamerika

Amerika ya Kusini

Südamerika

Afrika

Afrika

Asia

Asien

Australia

Australien

Atlantiki

Atlantik

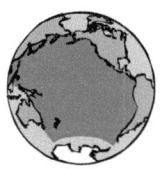

Pasifiki

Pazifik

Bahari ya Hindi

Indischer Ozean

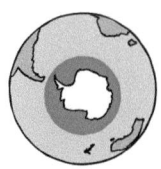

Bahari ya Antaktiki

Antarktischer Ozean

Bahari ya Aktiki

Arktischer Ozean

Ncha ya Kaskazini

Nordpol

Ncha ya Kusini

Südpol

Antaktika

Antarktis

dunia

Erde

nchi

Land

bahari

Meer

kisiwa

Insel

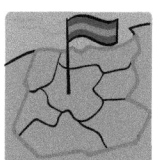

taifa

Nation

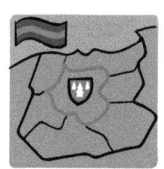

jimbo

Staat

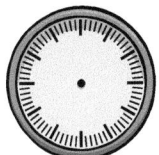

uso wa saa

Zifferblatt

akrabu ya saa

Stundenzeiger

akrabu ya dakika

Minutenzeiger

akrabu ya sekunde

Sekundenzeiger

Ni saa ngapi?

Wie spät ist es?

siku

Tag

wakati

Zeit

sasa

jetzt

saa ya dijitali

Digitaluhr

dakika

Minute

saa

Stunde

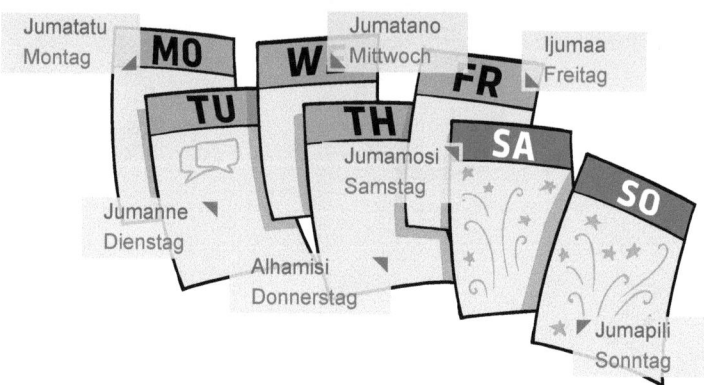

Jumatatu / Montag — MO
Jumatano / Mittwoch — W
Ijumaa / Freitag — FR
Jumanne / Dienstag — TU
Jumamosi / Samstag — TH, SA
Alhamisi / Donnerstag
Jumapili / Sonntag — SO

jana

gestern

leo

heute

kesho

morgen

asubuhi

Morgen

saa sita mchana

Mittag

jioni

Abend

siku za biashara

Arbeitstage

mwishoni mwa wiki

Wochenende

mvua
Regen

upinde wa mvua
Regenbogen

theluji
Schnee

upepo
Wind

majira ya machipuko
Frühling

vuli
Herbst

kiangazi
Sommer

majira ya baridi
Winter

| 4.APRIL | 11° | ☀ |
| 5.APRIL | 4° | ⛅ |
| 6.APRIL | 13° | ☁ |
| 7.APRIL | 8° | ☀ |
| 8.APRIL | 10° | ☀ |

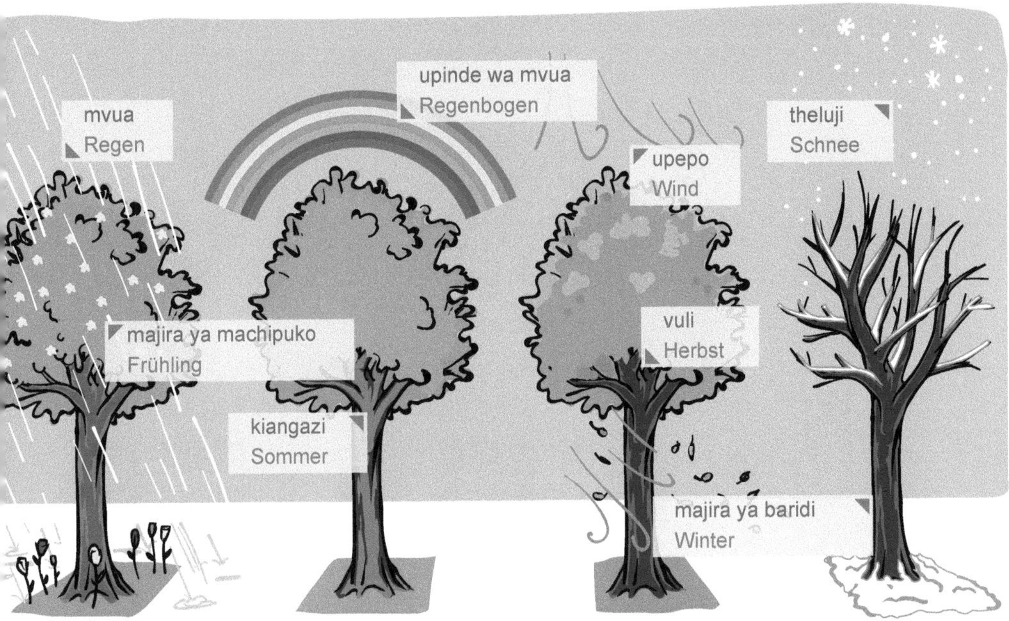

utabiri wa hali ya hewa

Wettervorhersage

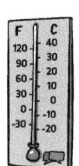

kipimajoto

Thermometer

mwanga wa jua

Sonnenschein

wingu

Wolke

ukungu

Nebel

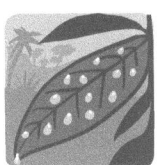

unyevu

Luftfeuchtigkeit

umeme

Blitz

radi

Donner

dhoruba

Sturm

mvua ya mawe

Hagel

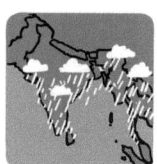

monsuni

Monsun

mafuriko

Flut

barafu

Eis

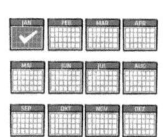

Januari

Januar

Februari

Februar

Machi

März

Aprili

April

Mei

Mai

Juni

Juni

Julai

Juli

Agosti

August

Septemba

September

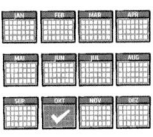

Oktoba

Oktober

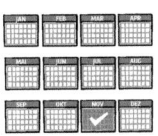

Novemba

November

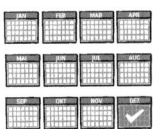

Desemba

Dezember

## maumbo
## Formen

mduara

Kreis

mraba

Quadrat

mstatili

Rechteck

pembetatu

Dreieck

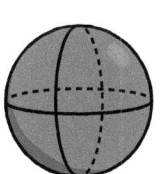

nyanja

Kugel

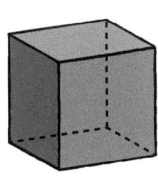

mchemraba

Würfel

nyeupe

weiß

manjano

gelb

chungwa

orange

rangi ya waridi

pink

nyekundu

rot

hudhurungi

lila

bluu

blau

kijani

grün

hanja

braun

jivujivu

grau

nyeusi

schwarz

mengi / kidogo

viel / wenig

hasira / pole

wütend / friedlich

nzuri / mbaya

hübsch / hässlich

mwanzo / mwisho

Anfang / Ende

kubwa / ndogo

groß / klein

angavu / giza

hell / dunkel

kaka / dada

Bruder / Schwester

safi / chafu

sauber / schmutzig

kamilika / tokamilika

vollständig / unvollständig

siku / usiku

Tag / Nacht

wafu / hai

tot / lebendig

pana / nyembamba

breit / schmal

**kulika / kutolika**

genießbar / ungenießbar

**ovu / ema**

böse / freundlich

**sisimkwa / udhika**

aufgeregt / gelangweilt

**nene / nyembamba**

dick / dünn

**kwanza / mwisho**

zuerst / zuletzt

**rafiki / adui**

Freund / Feind

**jaa / tupu**

voll / leer

**ngumu / laini**

hart / weich

**nzito / nyepesi**

schwer / leicht

**njaa / kiu**

Hunger / Durst

**mgonjwa / mwenye afya**

krank / gesund

**haramu / kisheria**

illegal / legal

**akili / kijinga**

intelligent / dumm

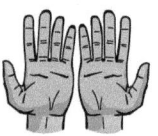

**kushoto / kulia**

links / rechts

**karibu / mbali**

nah / fern

mpya / kutumika

neu / gebraucht

kitu / jambo

nichts / etwas

zee / changa

alt / jung

waka / zima

an / aus

wazi / fungwa

offen / geschlossen

utulivu / kelele

leise / laut

tajiri / masikini

reich / arm

sahihi / kosa

richtig / falsch

mbaya / laini

rau / glatt

huzunika / furahia

traurig / glücklich

fupi /ndefu

kurz / lang

polepole / haraka

langsam / schnell

nyevu / kavu

nass / trocken

joto / baridi

warm / kühl

vita / amani

Krieg / Frieden

**0**

sufuri

null

**1**

moja

eins

**2**

mbili

zwei

**3**

tatu

drei

**4**

nne

vier

**5**

tano

fünf

**6**

sita

sechs

**7**

saba

sieben

**8**

nane

acht

**9**

tisa

neun

**10**

kumi

zehn

**11**

kumi na moja

elf

**12**

kumi na mbili

zwölf

**13**

kumi na tatu

dreizehn

**14**

kumi na nne

vierzehn

**15**

kumi na tano

fünfzehn

**16**

kumi na sita

sechzehn

**17**

kumi na saba

siebzehn

**18**

kumi na nane

achtzehn

**19**

kumi na tisa

neunzehn

**20**

ishirini

zwanzig

**100**

mia

hundert

**1.000**

elfu

tausend

**1.000.000**

milioni

million

Kiingereza

Englisch

Kiingereza cha Marekani

Amerikanisches Englisch

Kimandarini cha Uchina

Chinesisch Mandarin

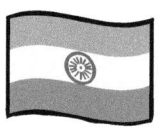

Kihindi

Hindi

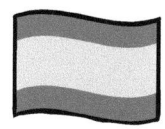

Kihispania

Spanisch

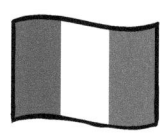

Kifaransa

Französisch

Kiarabu

Arabisch

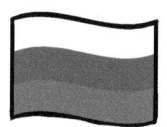

Kirusi

Russisch

Kireno

Portugiesisch

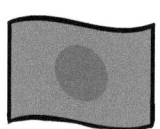

Kibengali

Bengalisch

Kijerumani

Deutsch

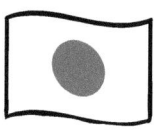

Kijapani

Japanisch

mimi

ich

wewe

du

yeye / yeye / ni

er / sie / es

sisi

wir

wewe

ihr

wao

sie

nani?

wer?

nini?

was?

jinsi gani?

wie?

wapi?

wo?

lini?

wann?

jina

Name

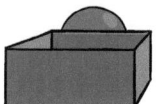

nyuma

hinter

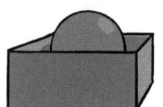

katika

in

mbele ya

vor

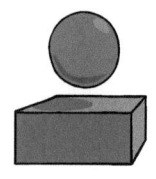

juu ya

über

kwenye

auf

chini ya

unter

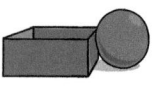

kando

neben

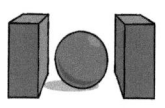

kati

zwischen

mahali

Ort